Impressum
Verlag: BABADADA GmbH, Nedderfeld 112 , 22529 Hamburg
Geschäftsführer / Verlagsleitung: Harald Hof
Druck: Books on Demand GmbH, In de Tarpen 42, 22848 Norderstedt

Imprint
Publisher: BABADADA GmbH, Nedderfeld 112 , 22529 Hamburg, Germany
Managing Director / Publishing direction: Harald Hof
Print: Books on Demand GmbH, In de Tarpen 42, 22848 Norderstedt, Germany

escola

trường học

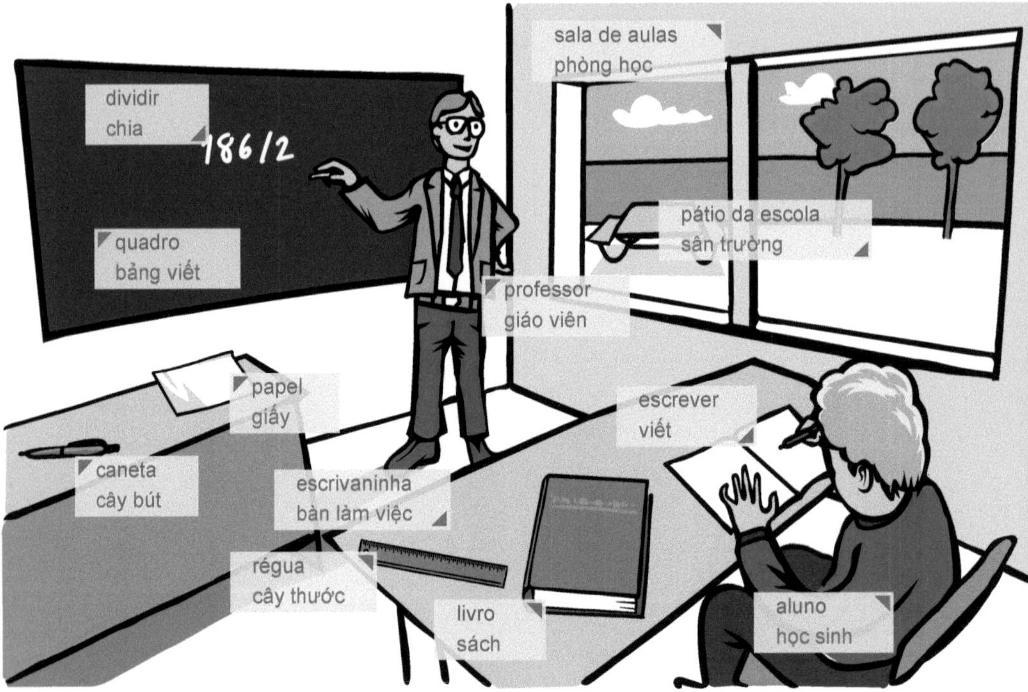
sala de aulas
phòng học
dividir
chia
186/2
quadro
bảng viết
pátio da escola
sân trường
professor
giáo viên
papel
giấy
escrever
viết
caneta
cây bút
escrivaninha
bàn làm việc
régua
cây thước
livro
sách
aluno
học sinh

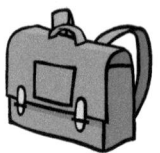

sacola

cặp đeo vai học sinh

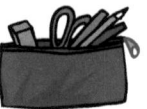

estojo de lápis

hộp đựng bút

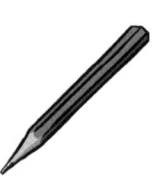

lápis

bút chì

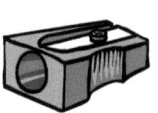

apontador de lápis

cái gọt bút chì

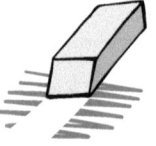

borracha

cục tẩy

bloco de desenho

tập giấy vẽ

desenho

bản vẽ

pincel

cọ vẽ

estojo de tintas

hộp mực vẽ

tesoura

cây kéo

cola

keo dán

livro de exercícios

sách bài tập

lição de casa

bài tập ở nhà

número

số

somar

cộng

subtrair

trừ

multiplicar

nhân

calcular

tính toán

letra

chữ cái

alfabeto

bảng chữ cái

palavra

từ

texto

văn bản

ler

đọc

giz

phấn viết

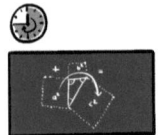

hora

bài học

registro da classe

sổ lớp

exame

thi kiểm tra

certificado

chứng chỉ

uniforme escolar

đồng phục học sinh

educação

giáo dục

enciclopédia

từ điển bách khoa

universidade

đại học

microscópio

kính hiển vi

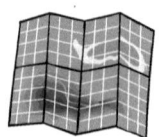

mapa

bản đồ

cesto de lixo

thùng rác giấy

escola - trường học

viagem
du lịch

hotel
khách sạn
Grand
albergue
nhà trọ
ROOMS
casa de câmbio
quầy đổi tiền
EXCHANGE
mala
va li
carro
xe ô tô

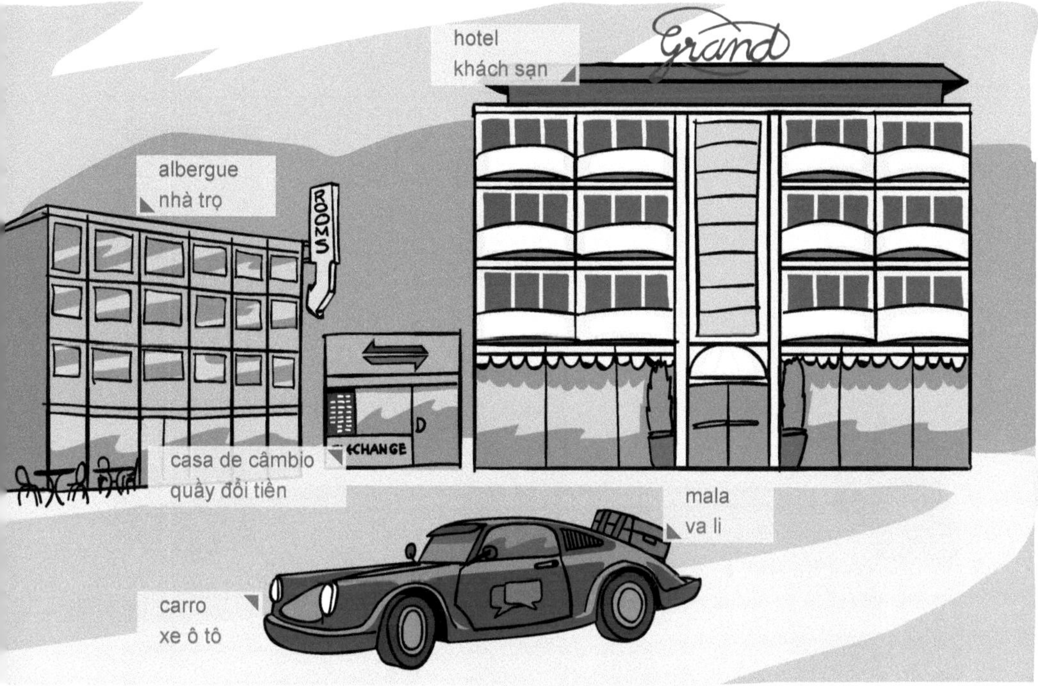

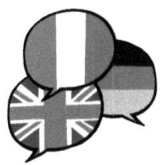

idioma
ngôn ngữ

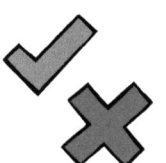

sim / não
có / không

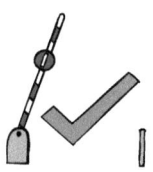

ok
ô kê

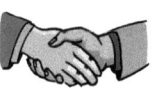

Olá
Xin chào

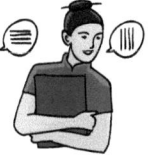

tradutor
thông dịch viên

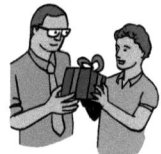

obrigado
cám ơn

quanto custa...?

... bao nhiêu tiền?

eu não entendo

tôi không hiểu

problema

vấn đề

boa noite!

Xin chào! (buổi tối)

Bom dia!

xin chào! (buổi sáng)

Boa noite!

chúc ngủ ngon!

até logo

tạm biệt

direção

hướng đi

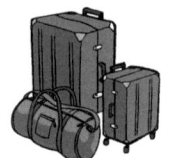

bagagem

hành lý

bolsa

túi xách

mochila

túi ba lô

convidado

khách

quarto

phòng

saco de dormir

túi ngủ

barraca

lều

informação turística

thông tin du lịch

praia

bãi biển

cartão de crédito

thẻ tín dụng

café da manhã

ăn sáng

almoço

ăn trưa

jantar

ăn tối

bilhete

vé xe

elevador

thang máy

selo

tem bưu điện

fronteira

biên giới

alfândega

hải quan

embaixada

đại sứ quán

visto

thị thực

passaporte

hộ chiếu

transporte

vận chuyển

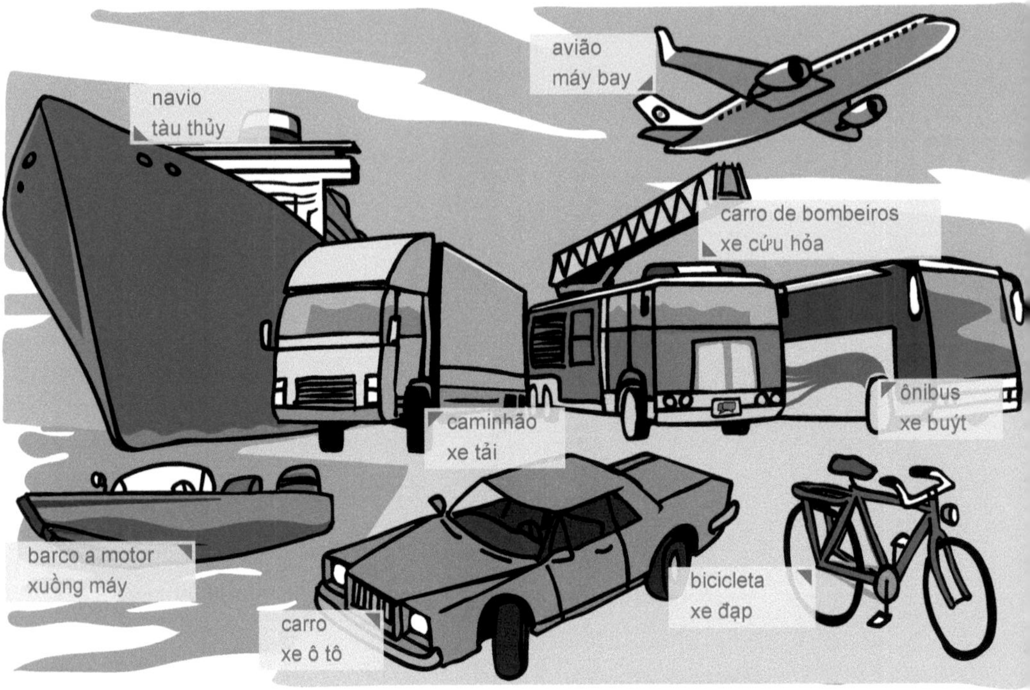

avião
máy bay
navio
tàu thủy
carro de bombeiros
xe cứu hỏa
ônibus
xe buýt
caminhão
xe tải
barco a motor
xuồng máy
bicicleta
xe đạp
carro
xe ô tô

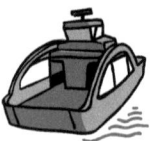

balsa

phà

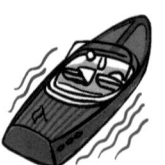

barco

xuồng

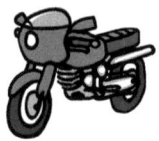

motocicleta

xe máy

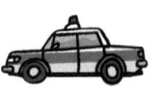

veículo policial

xe cảnh sát

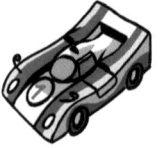

carro de corrida

xe đua

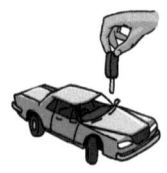

carro de aluguel

xe cho thuê

compartilhamento de automóvel

dịch vụ thuê xe tự lái

caminhão de reboque

xe kéo cứu hộ

caminhão de lixo

xe rác

motor

động cơ

combustível

xăng

posto de gasolina

trạm xăng

placa de trânsito

biển báo giao thông

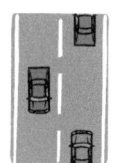

trânsito

giao thông

trânsito lento

ách tắc giao thông

estacionamento

bãi đậu xe

estação de trem

nhà ga

trilhos

đường ray

trem

xe lửa

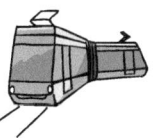

bonde

tàu điện

vagão

toa xe

helicóptero

máy bay trực thăng

aeroporto

sân bay

torre

tháp

passageiro

hành khách

contêiner

côngtenơ

cartolina

thùng các-tông

carroça

xe đẩy

cesto

cái giỏ

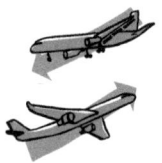

decolar / pousar

cất cánh / hạ cánh

cidade

thành phố

vilarejo

làng

centro da cidade

trung tâm thành phố

casa

nhà

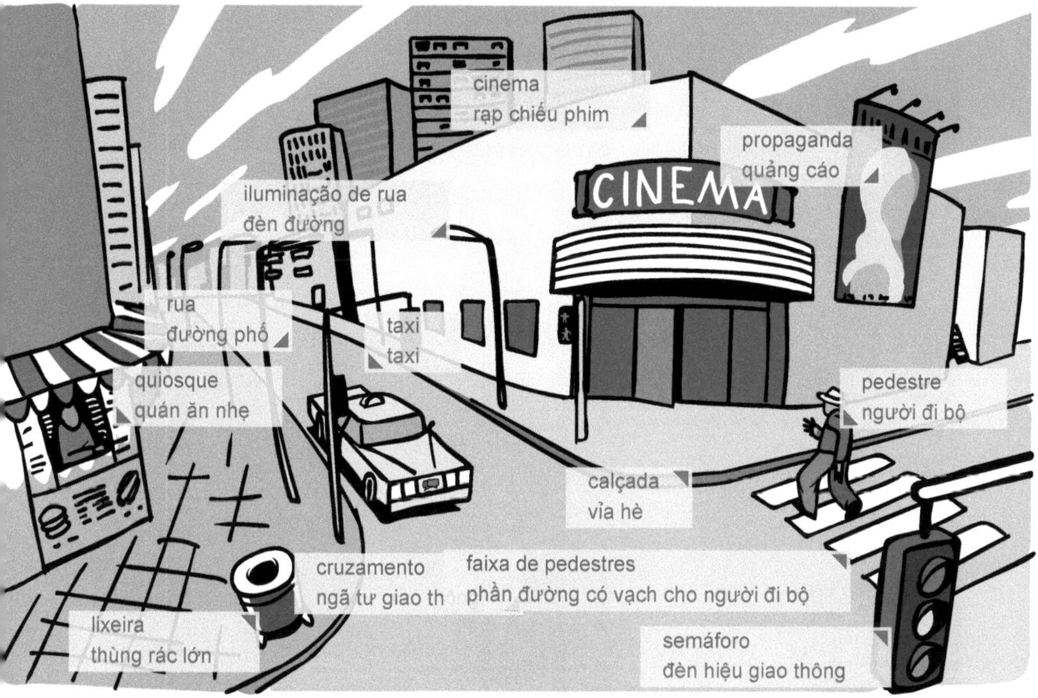

cinema
rạp chiếu phim

propaganda
quảng cáo

iluminação de rua
đèn đường

CINEMA

rua
đường phố

taxi
taxi

quiosque
quán ăn nhẹ

pedestre
người đi bộ

calçada
vỉa hè

cruzamento
ngã tư giao th

faixa de pedestres
phần đường có vạch cho người đi bộ

lixeira
thùng rác lớn

semáforo
đèn hiệu giao thông

cabana

nhà chòi

apartamento

căn hộ

estação de trem

nhà ga

prefeitura

tòa thị chính

museu

viện bảo tàng

escola

trường học

universidade

đại học

banco

ngân hàng

hospital

bệnh viện

hotel

khách sạn

farmácia

hiệu thuốc

escritório

văn phòng

livraria

hiệu sách

loja

cửa hiệu

floricultura

cửa hiệu bán hoa

supermercado

siêu thị

mercado

chợ

loja de departamentos

cửa hàng bách hóa

peixaria

người bán cá

centro comercial

trung tâm mua bán

porto

bến cảng

parque

công viên

banco

ghế băng

ponte

cầu

escadas

cầu thang

metrô

tàu điện ngầm

túnel

đường hầm

ponto de ônibus

trạm xe buýt

bar

quán bar

restaurante

khách sạn

caixa de correspondência

hòm thư công cộng

placa de rua

bảng hiệu đường

parquímetro

đồng hồ đậu xe

zoológico

vườn bách thú

piscina

bể bơi

mesquita

nhà thờ Hồi giáo

fazenda

nông trại

poluição

ô nhiễm môi trường

cemitério

nghĩa trang

igreja

nhà thờ

parquinho

sân chơi

templo

ngôi đền

paisagem
phong cảnh

folha
lá cây

placa de sinalização
bảng chỉ đường

caminho
lối đi

gramado
bãi cỏ

pedra
hòn đá

árvore
cây

caminhantes
người đi bộ đường dài

rio
sông

grama
cỏ

flor
bông hoa

vale

thung lũng

montanha

đồi

lago

hồ nước

floresta

rừng

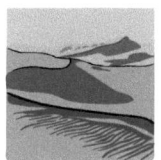

deserto

sa mạc

vulcão

núi lửa

castelo

lâu đài

arco-íris

cầu vồng

cogumelo

nấm

palmeira

cây cọ

mosquito

con muỗi

mosca

con ruồi

formiga

con kiến

abelha

con ong

aranha

con nhện

besouro

bọ cánh cứng

sapo

con ếch

esquilo

con sóc

ouriço

con nhím

lebre

con thỏ

coruja

con cú

pássaro

con chim

cisne

thiên nga

javali

heo rừng

veado

con hươu

alce

nai sừng tấm

barragem

đê

aerogerador

tuabin gió

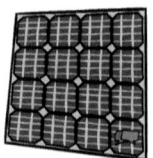

painel solar

tấm năng lượng mặt trời

clima

khí hậu

restaurante
khách sạn

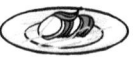

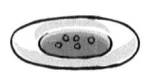

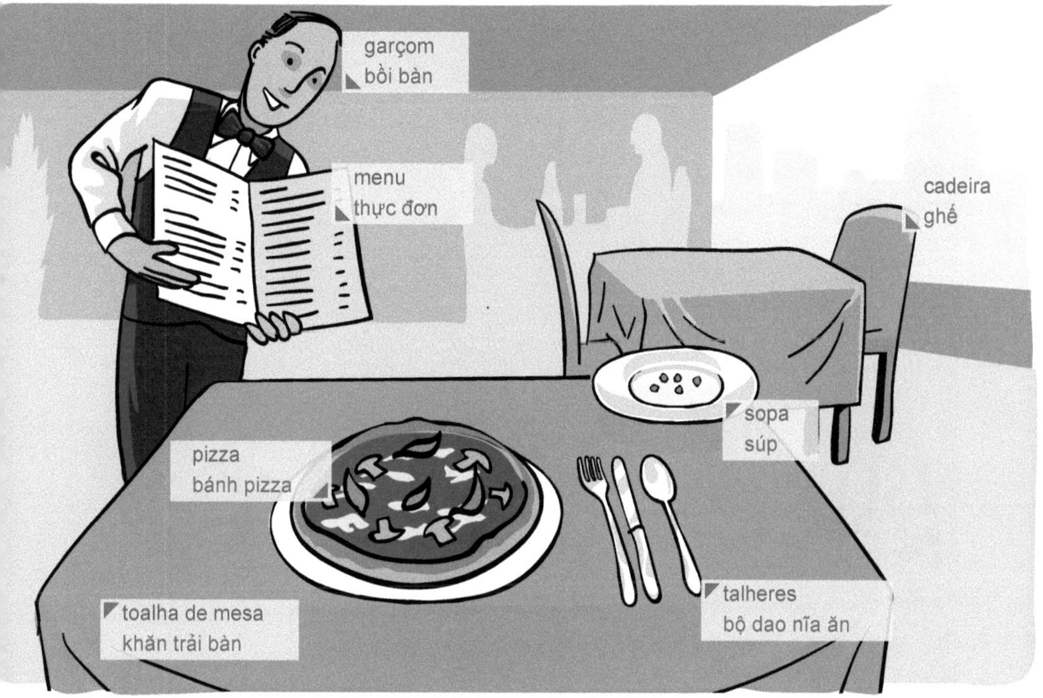

garçom
bồi bàn
menu
thực đơn
cadeira
ghế
sopa
súp
pizza
bánh pizza
toalha de mesa
khăn trải bàn
talheres
bộ dao nĩa ăn

entrada

món ăn khai vị

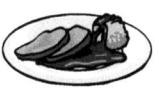

prato principal

món ăn chính

sobremesa

món tráng miệng

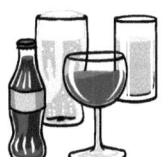

bebidas

thức uống

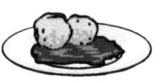

comida

thức ăn

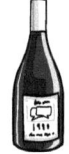

garrafa

cái chai

fastfood

thức ăn nhanh

comida de rua

thức ăn đường phố

bule de chá

ấm trà

açucareiro

hộp đường

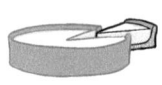

porção

khẩu phần

máquina de expresso

máy pha espresso

cadeirão

ghế cao

conta

hóa đơn

bandeja

khay

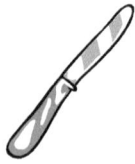

faca

dao

garfo

nĩa

colher

thìa

colher de chá

thìa uống trà

guardanapo

khăn ăn

copo

cốc thủy tinh

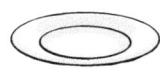

prato
....
đĩa

prato de sopa
....
đĩa súp

pires
....
đĩa lót cốc

molho
....
nước sốt

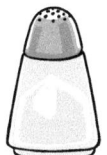

saleiro
....
lọ muối

moedor de pimenta
....
cái xay tiêu

vinagre
....
giấm

óleo
....
dầu

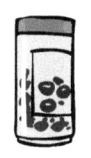

especiarias
....
gia vị

ketchup
....
nước xốt cà chua

mostarda
....
tương hạt cải

maionese
....
nước sốt mayonnaise

supermercado
siêu thị

oferta especial
chào giá đặc biệt
FOR
cliente
khách hàng
laticínios
sản phẩm từ sữa
frutas
trái cây
carrinho de compras
xe đẩy mua sắm

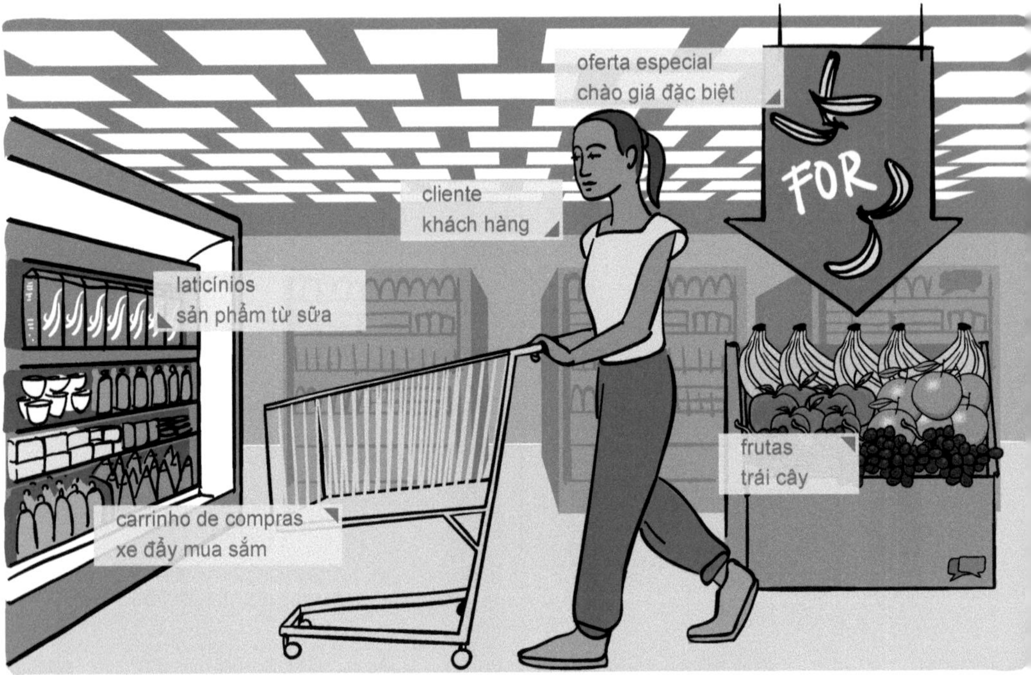

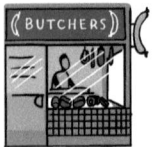

BUTCHERS

açougue

lò mổ

BAKERY

padaria

cửa hiệu bán bánh mì

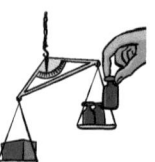

pesar

cân nặng

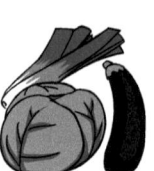

legumes

rau quả

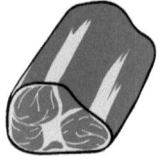

carne

thịt

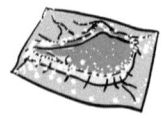

congelados

thức ăn đông lạnh

charcutaria

lát thịt nguội

conservas

đồ hộp

detergente em pó

bột giặt

doces

đồ ngọt

artigos domésticos

sản phẩm dùng trong gia đình

produtos de limpeza

chất tẩy rửa

vendedora

người bán hàng

caixa

quầy trả tiền

caixa

nhân viên thu ngân

lista de compras

danh sách mua sắm

horário de funcionamento

giờ mở cửa

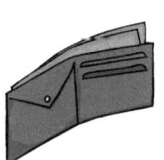

carteira

ví tiền

cartão de crédito

thẻ tín dụng

sacola

túi đeo

saco plástico

túi ny lông

água

nước

suco

nước quả ép

leite

sữa

coca-cola

coca-cola

vinho

rượu vang

cerveja

bia

álcool

cồn

cacau

cacao

chá

trà

café

cà phê

expresso

espresso

cappuccino

cappuccino

banana

chuối

maçã

quả táo

laranja

quả cam

melão

dưa hấu

limão

chanh

cenoura

cà rốt

alho

tỏi

bambu

tre

cebola

củ hành

cogumelo

nấm

nozes

hạt dẻ

macarrão

mì

espaguete

mì spaghetti

arroz

cơm

salada

xà lách

batatas fritas

khoai tây chiên

batatas frias

khoai tây chiên

pizza

bánh pizza

hambúrger

bánh hamburger

sanduíche

bánh mì sandwich

escalope

thịt côtlet

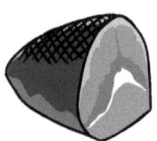

presunto

thịt giăm bông

salame

xúc xích

salsicha

dồi

galinha

gà

assado

rán

peixe

cá

flocos de aveia

cháo yến mạch

granola

cháo muesli

flocos de milho

bánh bột ngô nướng

farinha

bột mì

croissant

bánh sừng bò

pãozinho

bánh mì

pão

bánh mì

torrada

bánh mì nướng

biscoitos

bánh bích quy

manteiga

bơ

requeijão

sữa đông

bolo

bánh ngọt

ovo

trứng

ovo frito

trứng rán

queijo

pho mát

sorvete

kem

açúcar

đường

mel

mật ong

geleia

mứt

creme de avelãs

kem nougat

curry

cà ri

fazenda

nông trại

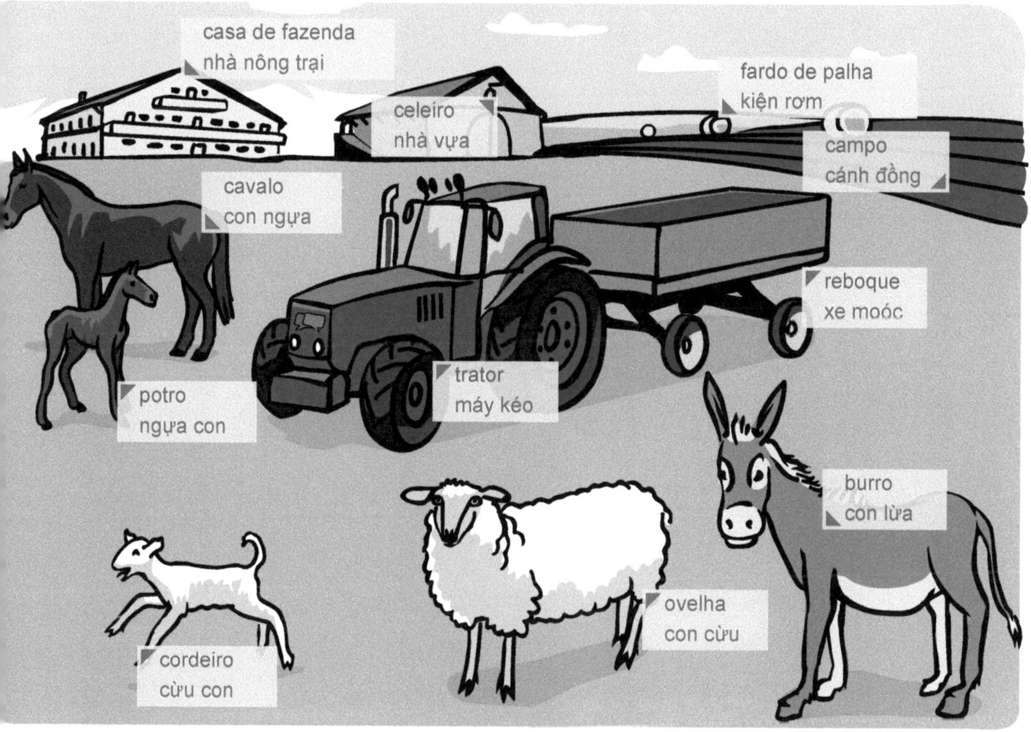
casa de fazenda
nhà nông trại
celeiro
nhà vựa
fardo de palha
kiện rơm
campo
cánh đồng
cavalo
con ngựa
reboque
xe moóc
trator
máy kéo
potro
ngựa con
burro
con lừa
ovelha
con cừu
cordeiro
cừu con

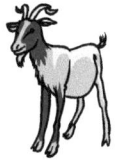

cabra

con dê

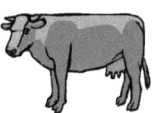

vaca

con bò

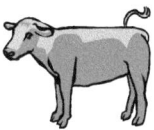

bezerro

con bê

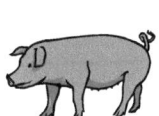

porco

con lợn

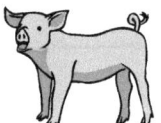

leitão

lợn con

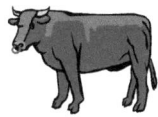

touro

bò đực

ganso
con ngỗng

pato
con vịt

pintinho
gà con

galinha
gà mái

galo
gà trống

ratazana
con chuột

gato
mèo

camundongo
chuột nhắt

boi
bò đực

cachorro
con chó

casinha do cachorro
nhà chuồng chó

mangueira de jardim
ống tưới vườn cây

regador
thùng tưới cây

foice
lưỡi hái

arado
cái cày

fazenda - nông trại

foice
cái liềm

enxada
cái cuốc

forquilha
cái chĩa

machado
cái rìu

carrinho de mão
xe cút kít

manjedoura
máng ăn

jarra de leite
lọ sữa

saco
bao tải

cerca
hàng rào

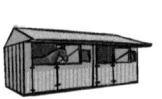

estábulo
chuồng

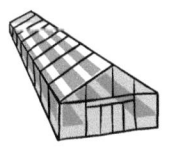

estufa
nhà kính trồng cây

solo
đất trồng

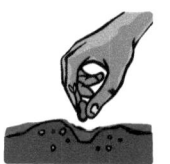

semente
hạt giống

fertilizante
phân bón

colheitadeira
máy gặt đập liên hợp

colher

thu hoạch

colheita

mùa thu hoạch

inhame

khoai lang

trigo

lúa mì

soja

đậu nành

batata

khoai tây

milho

ngô

colza

hạt cải dầu

árvore frutífera

cây ăn trái

mandioca

sắn

cereais

ngũ cốc

fazenda - nông trại

casa
nhà

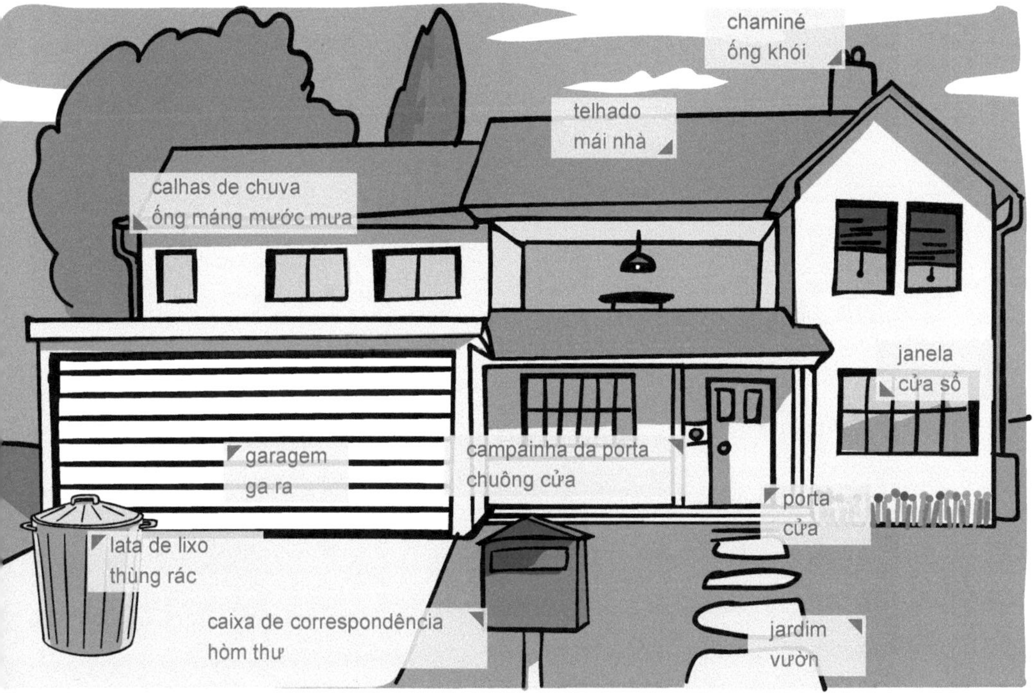
chaminé
ống khói
telhado
mái nhà
calhas de chuva
ống máng mước mưa
janela
cửa sổ
garagem
ga ra
campainha da porta
chuông cửa
porta
cửa
lata de lixo
thùng rác
caixa de correspondência
hòm thư
jardim
vườn

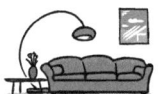

sala de estar
phòng khách

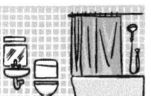

banheiro
phòng tắm

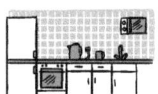

cozinha
bếp

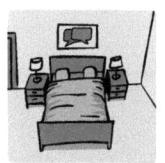

quarto de dormir
phòng ngủ

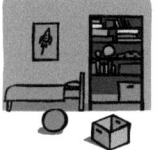

quarto de criança
phòng trẻ em

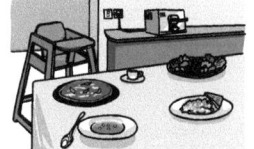

sala de jantar
phòng ăn

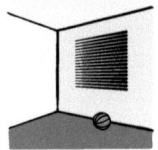

chão

nền nhà

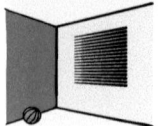

parede

tường

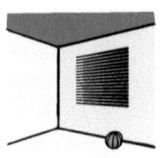

teto

trần nhà

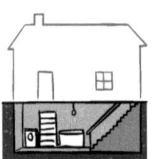

porão

tầng hầm

sauna

tắm hơi

varanda

ban công

terraço

sân hiên

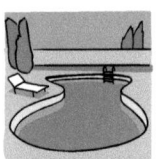

piscina

bể bơi

cortador de grama

máy cắt cỏ

lençol

khăn trải giường

coberta

khăn trải giường

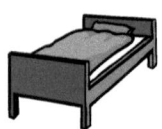

cama

giường

vassoura

chổi

balde

cái xô

interruptor

công tắc điện

sala de estar
phòng khách

papel de parede
giấy dán tường
quadro
hình ảnh
lâmpada
đèn
prateleira
cái kệ
armário
tủ
televisão
ti vi
lareira
lò sưởi
flor
bông hoa
travesseiro
gối
sofá
ghế sofa
vaso
bình hoa
controle remoto
điều khiển từ xa

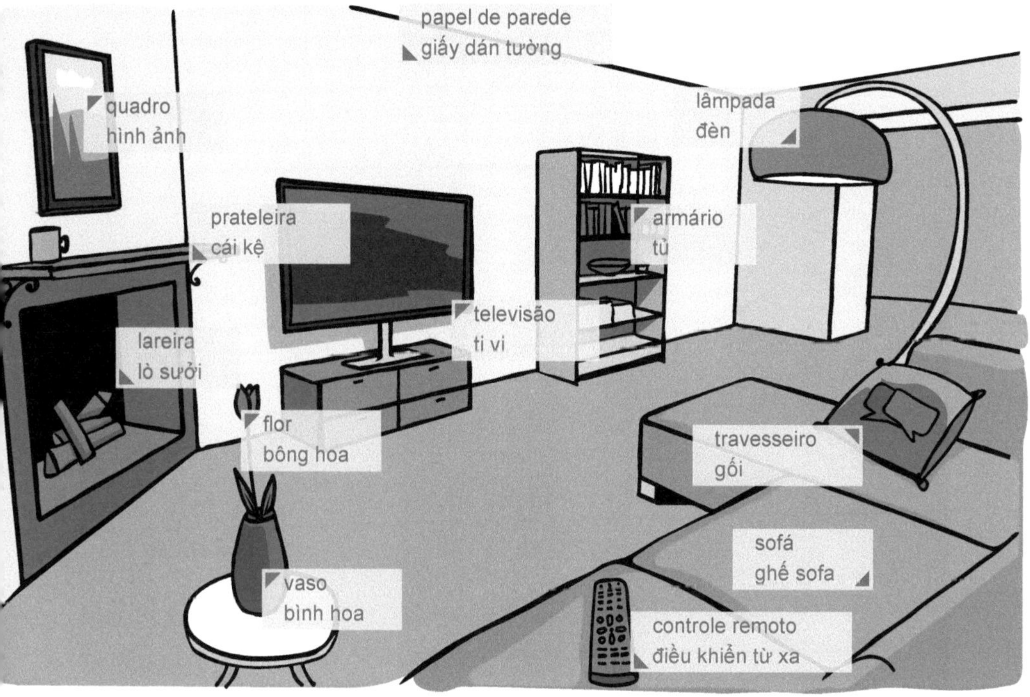

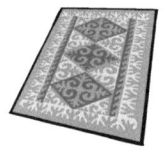

tapete
thảm

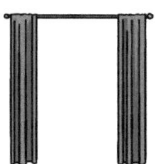

cortina
rèm

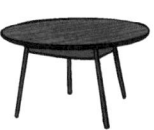

mesa
cái bàn

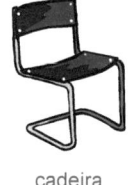

cadeira
ghế

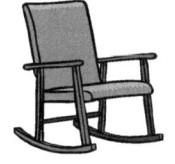

cadeira de balanço
ghế bập bênh

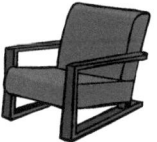

poltrona
ghế bành

livro

sách

cobertor

cái chăn

decoração

đồ trang trí

lenha

củi

filme

phim

equipamento de som

máy hi-fi

chave

chìa khóa

jornal

báo

pintura

bức tranh

pôster

áp phích

rádio

radio

bloco de notas

sổ ghi chép

aspirador

máy hút bụi

cacto

cây xương rồng

vela

cây nến

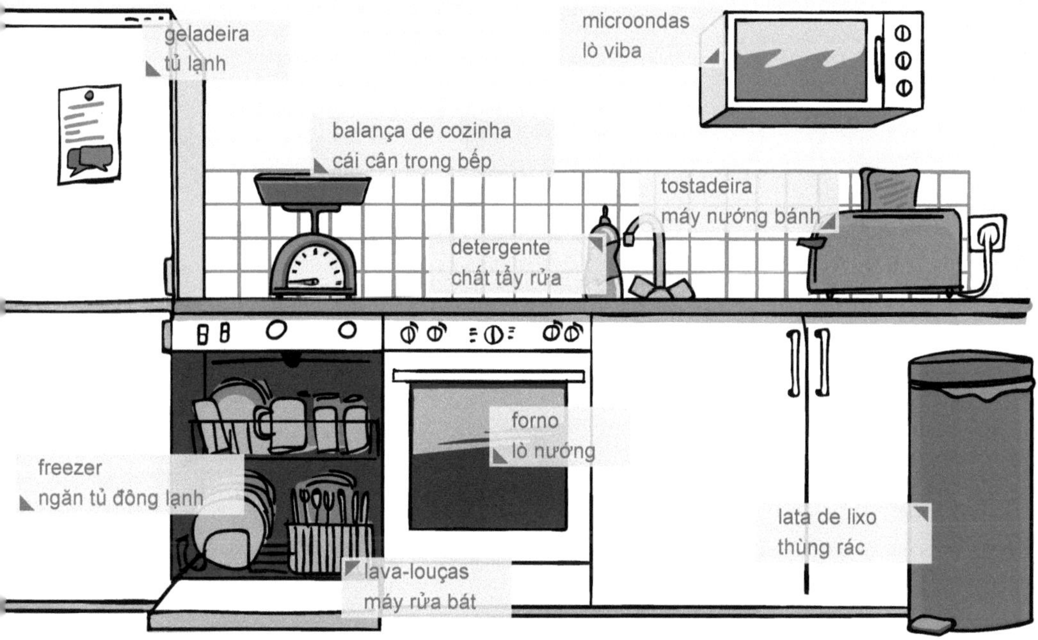

geladeira
tủ lạnh

microondas
lò viba

balança de cozinha
cái cân trong bếp

tostadeira
máy nướng bánh

detergente
chất tẩy rửa

forno
lò nướng

freezer
ngăn tủ đông lạnh

lata de lixo
thùng rác

lava-louças
máy rửa bát

fogão
lò nấu

panela
nồi

panela de ferro
nồi sắt

wok / kadai
chảo

frigideira
chảo

chaleira
ấm đun nước

panela a vapor

nồi đun hơi

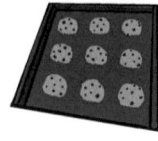

tabuleiro de forno

khay lò nướng

louça

bát đĩa

caneca

cốc

caçarola

cái bát

hashi

đũa

concha de sopa

cái vá

espátula

bàn xẻng

batedor

que đánh kem

escorredor

rây dùng trong bếp

peneira

cái rây lọc

ralador

cái nạo

almofariz

vữa

churrasqueira

vỉ nướng

lareira

ngọn lửa trần

tábua de cortar

cái thớt

rolo da massa

trục cán bột

saca-rolhas

cái mở nút chai

lata

vỏ đồ hộp

abridor de latas

cái mở vỏ đồ hộp

pegador de panela

miếng nhấc nồi

pia

bồn rửa bát

escova

bàn chải

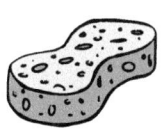

esponja

miếng xốp

liquidificador

máy xay

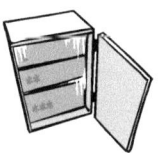

congelador

tủ đông lạnh

mamadeira

bình sữa cho trẻ sơ sinh

torneira

vòi nước

banheiro
phòng tắm

aquecimento
lò sưởi
ducha
vòi hoa sen
toalha
khăn lau
cortina de chuveiro
rèm che ngăn tắm
banho de espuma
tắm bọt
banheira
bồn tắm
copo
cốc thủy tinh
lava-roupa
máy giặt
torneira
vòi nước
azulejos
gạch lát
penico
cái bô
pia
bồn rửa bát

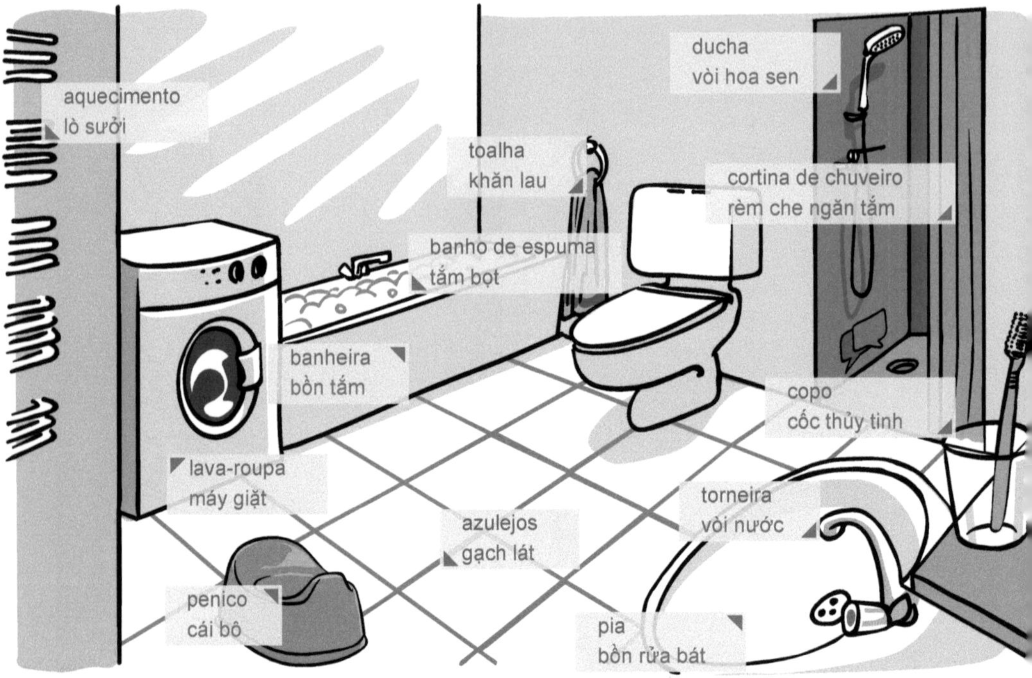

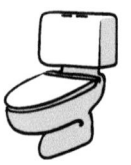

vaso sanitário

bồn cầu

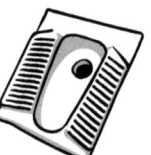

lavabo de agachar

bồn cầu ngồi xổm

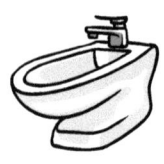

bidê

bồn rửa hậu môn

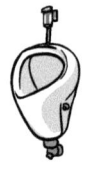

mictório

bồn tiểu tiện

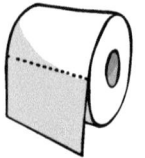

papel higiênico

giấy vệ sinh

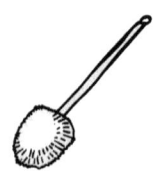

escova de privada

bàn chải cọ bồn cầu

escova de dentes

bàn chải đánh răng

pasta de dentes

kem đánh răng

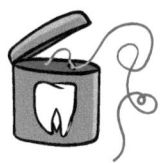

fio dental

chỉ nha khoa

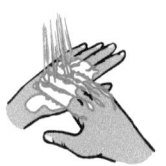

lavar

rửa

ducha de mão

vòi sen cầm tay

ducha íntima

vòi rửa hậu môn

bacia

bồn rửa

escova para as costas

bàn chải cọ lưng

sabonete

xà phòng

gel de banho

sữa tắm

xampu

dầu gội

toalha de rosto

khăn cọ để tắm

escoamento

lỗ thoát nước

creme

kem

desodorante

chất khử mùi

espelho

gương

espelho de mão

gương tay

barbeador

dao cạo râu

espuma de barbear

kem cạo râu

loção pós-barba

nước thơm dùng sau khi cạo râu

pente

cái lược

escova

bàn chải

secador de cabelo

máy xấy tóc

spray de cabelo

keo xịt tóc

maquiagem

đồ trang điểm

batom

thỏi son môi

esmalte de unhas

sơn bôi móng

algodão

bông

tesoura para unhas

kéo cắt móng

perfume

nước hoa

nécessaire

túi đựng đồ tắm

banquinho

ghế đẩu

balança

cái cân

roupão de banho

ao choàng tắm

luvas de borracha

găng tay làm vệ sinh

absorvente interno

nút gạc

absorvente íntimo

băng vệ sinh

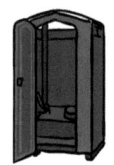

banheiro químico

nhà vệ sinh hóa chất

quarto de criança
phòng trẻ em

despertador
đồng hồ báo thức
boneco de pelúcia
thú bông
carrinho de brinquedo
xe đồ chơi
chacoalho
cái lúc lắc
casa de bonecas
nhà búp bê
presente
món quà

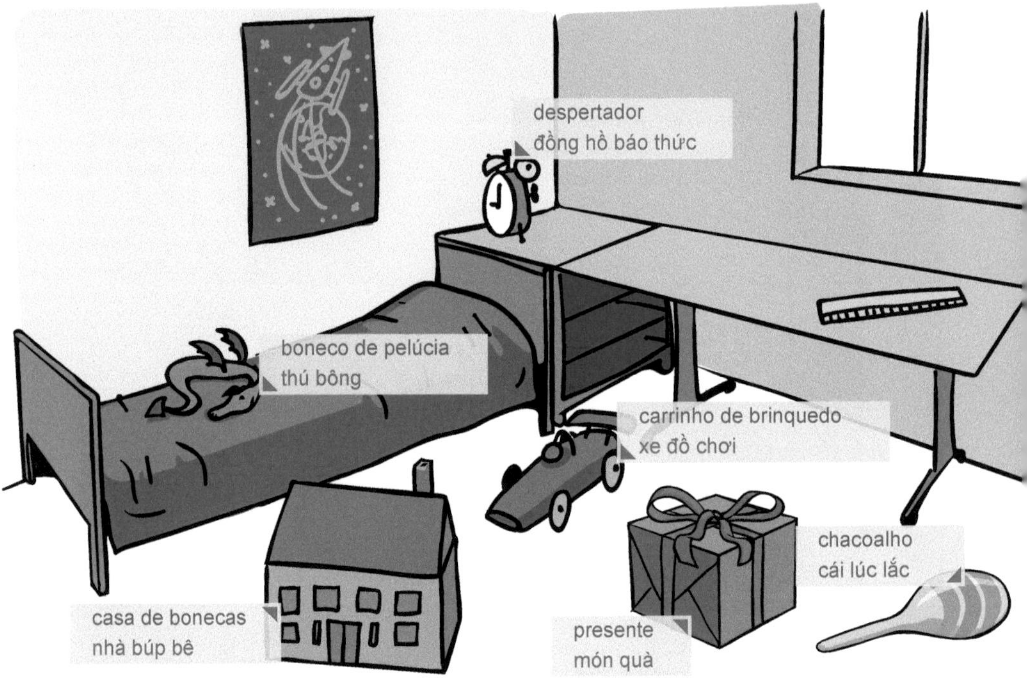

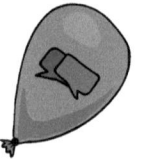

balão
bong bóng

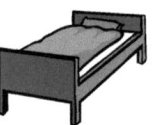

cama
giường

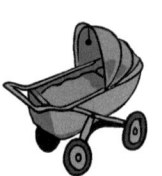

carrinho de bebê
xe nôi

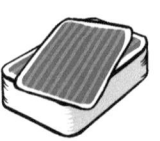

jogo de cartas
trò chơi bài

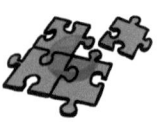

quebra-cabeças
trò chơi ghép hình

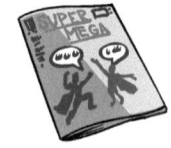

revista de quadrinhos
truyện tranh

peças de Lego

gạch Lego

blocos de construção

khối xếp hình

figura de ação

nhân vật hành động

macaquinho de bebê

áo liền quần cho trẻ sơ sinh

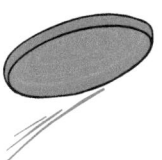

frisbee

đĩa nhựa để ném

móbile para bebé

đồ chơi treo trên giường

jogo de tabuleiro

trò chơi cờ bàn

dados

xúc xắc

trenzinho elétrico

đồ chơi xe lửa mô hình

chupeta

ti giả

festa

buổi tiệc

livro ilustrado

sách tranh

bola

quả bóng

boneca

búp bê

brincar

chơi

caixa de areia

hố cát

balanço

cái đu

brinquedos

đồ chơi

videogame

máy chơi game cầm tay

triciclo

xe ba bánh

ursinho de pelúcia

gấu bông

guarda-roupa

tủ quần áo

vestuário

y phục

meias

bít tất

meias pelo joelho

bít tất dài

meias-calças

quần tất

cachecol
khăn choàng cổ

guarda-chuva
ô che mưa

camiseta
áp phông

cinto
dây thắt lưng

botas
ủng

chinelos
dép đi trong nhà

tênis
giày sneaker

sandálias

dép xăng đan

sapatos

giày

botas de borracha

ủng cao su

roupa de baixo

quần lót

sutiã

áo ngực

camiseta de baixo

áo vest

body

áo ôm sát cơ thể

calças

quần dài

jeans

quần bò

saia

váy

blusa

áo cánh

camisa

áo sơ mi

pulôver

áo len chui đầu

suéter com capuz

áo len

blazer

áo blazer

jaqueta

áo jacket

casaco

áo khoác

gabardine

áo mưa

traje

trang phục

vestido

áo váy

vestido de casamento

áo cưới

terno
bộ com lê

camisola
áo ngủ

pijama
pijama

sari
trang phục sari

lenço de cabeça
khăn trùm đầu

turbante
khăn đội đầu

burca
áo burka

cafetã
áo captan

abaya
áo aba

maiô
quần áo bơi

sunga
quần bơi

shorts
quần đùi

roupa de treino
quần áo tracksuit

avental
tạp dề

luvas
găng tay

botão

cái cúc

óculos

kính mắt

pulseira

vòng đeo tay

colar

vòng cổ

anel

nhẫn

brinco

hoa tai

boné

mũ lưỡi trai

cabide

cái mắc treo áo quần

chapéu

mũ

gravata

cà vạt

zíper

dây kéo phéc mơ tuya

capacete

mũ bảo hiểm

suspensórios

dây đeo quần

uniforme escolar

đồng phục học sinh

uniforme

đồng phục

babador

yếm trẻ em

chupeta

ti giả

fralda

tã lót

escritório
văn phòng

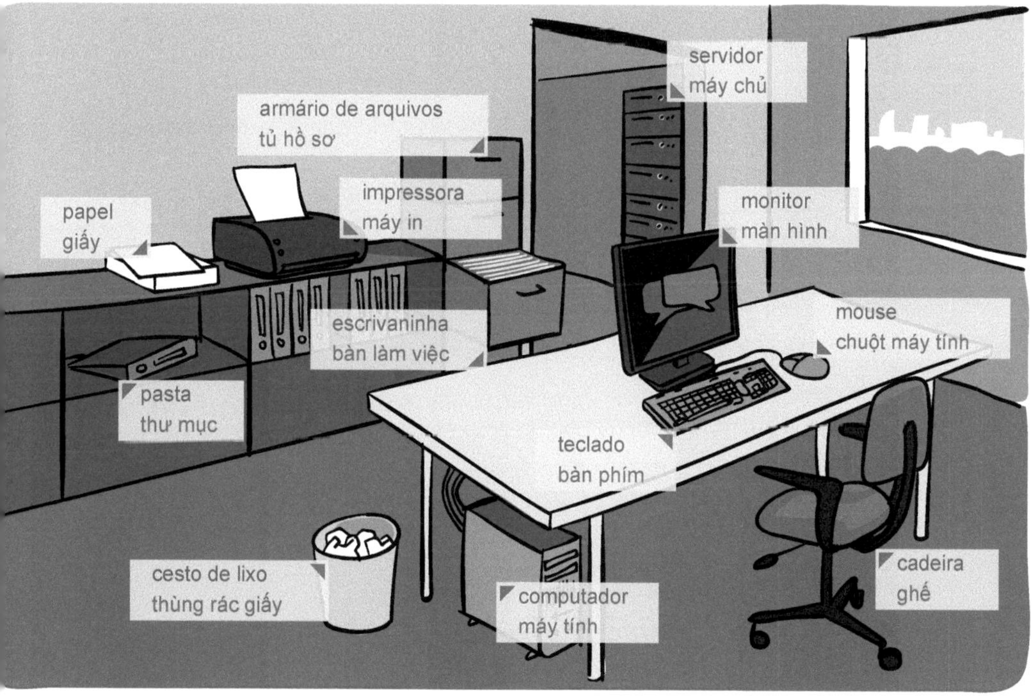

servidor
máy chủ

armário de arquivos
tủ hồ sơ

impressora
máy in

papel
giấy

monitor
màn hình

escrivaninha
bàn làm việc

mouse
chuột máy tính

pasta
thư mục

teclado
bàn phím

cesto de lixo
thùng rác giấy

cadeira
ghế

computador
máy tính

xícara de café

cốc cà phê

calculadora

máy tính bỏ túi

internet

internet

laptop

laptop

carta

thư

mensagem

tin nhắn

celular

điện thoại di động

rede

mạng

copiadora

máy photocopy

software

phần mềm

telefone

điện thoại

tomada

ổ cắm điện

fax

máy fax

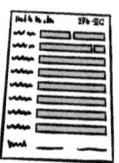

formulário

mẫu đơn

documento

chứng từ

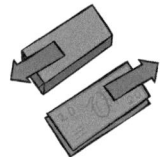

comprar

mua

pagar

trả tiền

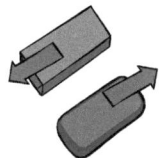

negociar

buôn bán

dinheiro

tiền

USD

Dólar

đô la

EUR

Euro

Euro

JPY

Yen

yên

RUB

rublo

rúp

CHF

franco suíço

franc Thụy Sĩ

CNY

renminbi yuan

nhân dân tệ

INR

rupia

rupi

caixa eletrônico

máy rút tiền tự động

casa de câmbio
quầy đổi tiền

ouro
vàng

prata
bạc

petróleo
dầu

energia
năng lượng

preço
giá tiền

contrato
hợp đồng

imposto
thuế

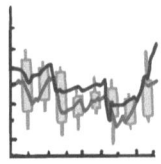

ação
cổ phiếu

trabalhar
làm việc

empregado
nhân viên

empregador
chủ lao động

fábrica
nhà máy

loja
cửa hiệu

economia - kinh tế

profissões
nghề nghiệp

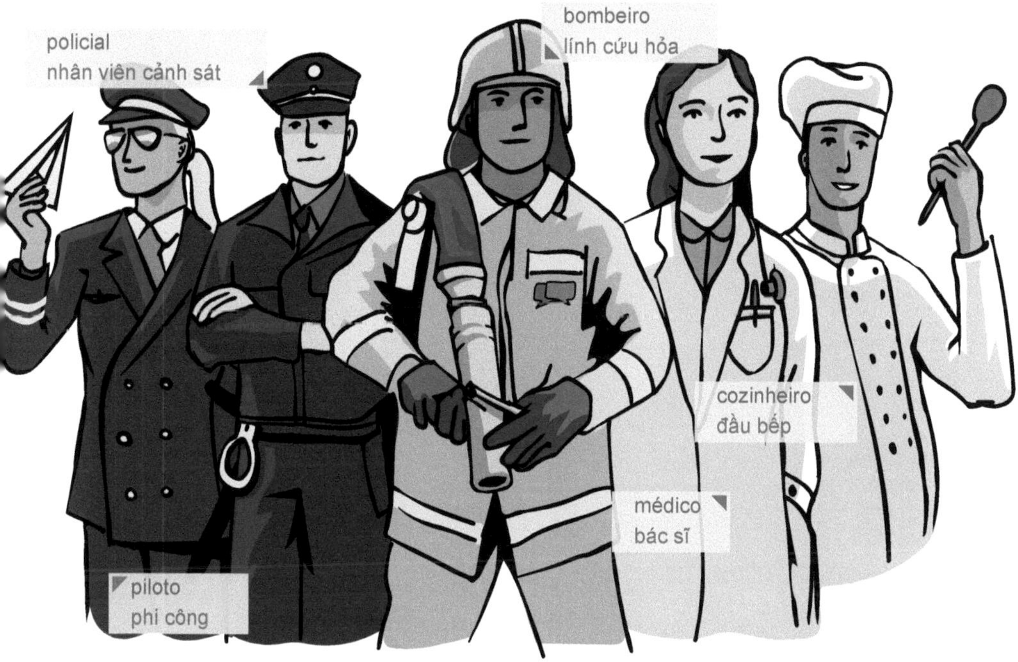
policial
nhân viên cảnh sát
bombeiro
lính cứu hỏa
cozinheiro
đầu bếp
médico
bác sĩ
piloto
phi công

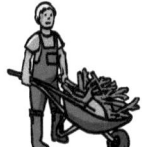

jardineiro

người làm vườn

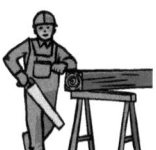

marceneiro

thợ mộc

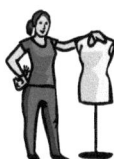

costureira

thợ may

juiz

chánh án

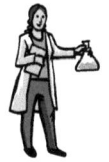

químico

nhà hóa học

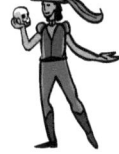

ator

diễn viên

motorista de ônibus

tài xế xe buýt

motorista de táxi

người lái taxi

pescador

ngư dân

faxineira

người lau dọn vệ sinh

telhador

thợ lợp mái nhà

garçom

bồi bàn

caçador

thợ săn

pintor

họa sĩ

padeiro

thợ làm bánh

eletricista

thợ điện

construtor

thợ xây dựng

engenheiro

kỹ sư

açougueiro

người hàng thịt

encanador

thợ sửa ống nước

carteiro

người đưa thư

soldado

người lính

arquiteto

kiến trúc sư

caixa

nhân viên thu ngân

florista

người bán hoa

cabelereiro

thợ cắt tóc

condutor

nhân viên soát vé

mecânico

thợ cơ khí

capitão

thuyền trưởng

dentista

nha sĩ

cientista

nhà khoa học

rabino

giáo sĩ Do thái

imam

lãnh tụ Hồi giáo

monge

nhà sư

pastor

mục sư

ferramentas
dụng cụ

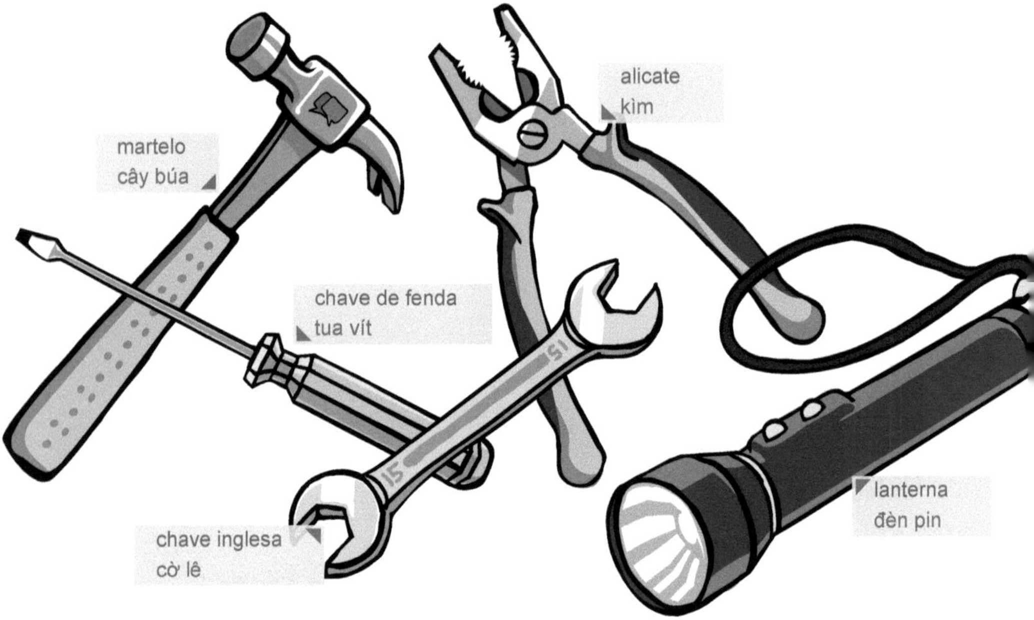
alicate
kìm
martelo
cây búa
chave de fenda
tua vít
lanterna
đèn pin
chave inglesa
cờ lê

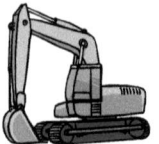

escavadora

máy xúc đất

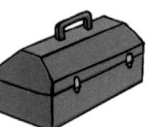

caixa de ferramentas

hộp dụng cụ

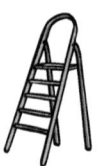

escada de mão

cái thang

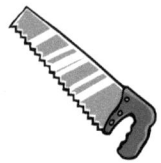

serra

cưa

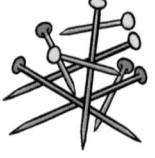

pregos

đinh

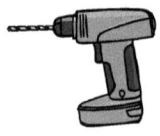

furadeira

máy khoan

consertar

sửa chữa

pá

cái xẻng

Droga!

khốn nạn!

pá de lixo

cái hót rác

pote de tinta

thùng sơn

parafusos

vít

instrumentos musicais
nhạc cụ

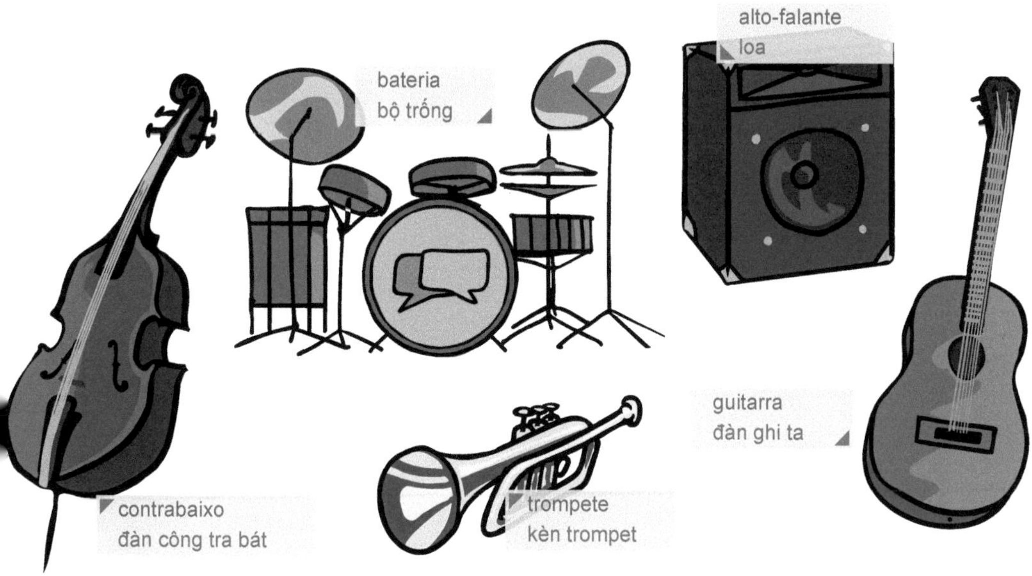

bateria
bộ trống

alto-falante
loa

guitarra
đàn ghi ta

contrabaixo
đàn công tra bát

trompete
kèn trompet

piano

đàn piano

violino

đàn vĩ cầm

baixo

ghi ta bass

timbales

trống định âm

tambor

trống

teclado

đàn organ

saxofone

kèn Saxophone

flauta

sáo

microfone

micro

zoológico
vườn bách thú

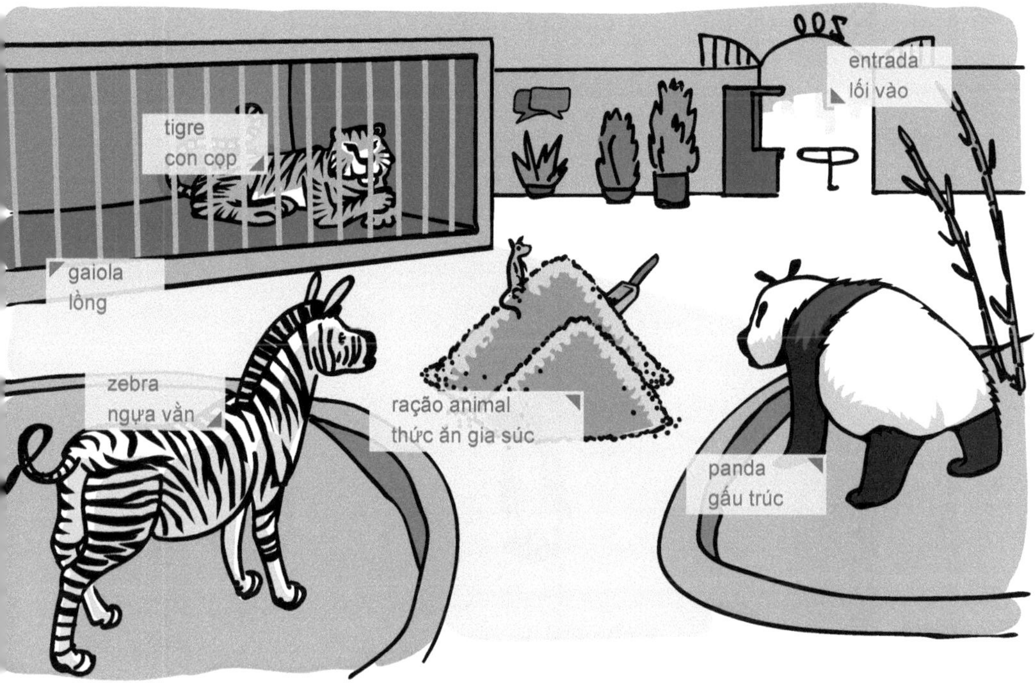

entrada
lối vào
tigre
con cọp
gaiola
lồng
zebra
ngựa vằn
ração animal
thức ăn gia súc
panda
gấu trúc

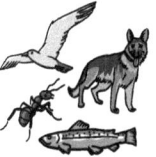

animais

động vật

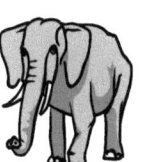

elefante

con voi

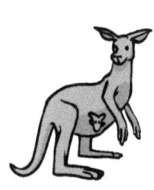

canguru

chuột túi

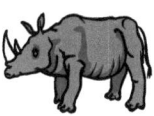

rinoceronte

tê giác

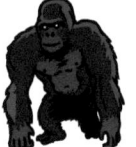

gorila

khỉ đột

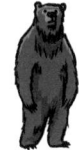

urso

con gấu

camelo

lạc đà

avestruz

đà điểu

leão

sư tử

macaco

con khỉ

flamingo

hồng hạc

papagaio

con vẹt

urso polar

gấu bắc cực

pinguim

chim cánh cụt

tubarão

cá mập

pavão

con công

cobra

con rắn

crocodilo

cá sấu

guarda do zoológico

người trông giữ vườn bách
thú

foca

hải cẩu

jaguar

báo đốm

pônei

ngựa lùn

leopardo

con báo

hipopótamo

hà mã

girafa

hươu cao cổ

águia

đại bàng

javali

heo rừng

peixe

cá

tartaruga

con rùa

morsa

hải mã

raposa

con cáo

gazela

linh dương

futebol americano
bóng bầu dục Mỹ

ciclismo
đua xe đạp

tênis
quần vợt

basquete
bóng rổ

natação
bơi

hóquei no gelo
khúc côn cầu trên băng

boxe
đấm bốc

futebol
bóng đá

badminton
cầu lông

atletismo
điền kinh

handebol
bóng ném

esqui
trượt tuyết

polo
polo

atividades
các hoạt động

rir
cười
pular
nhảy
abraçar
ôm
andar
đi bộ
cantar
ca hát
sonhar
mơ
rezar
cầu nguyện
beijar
hôn

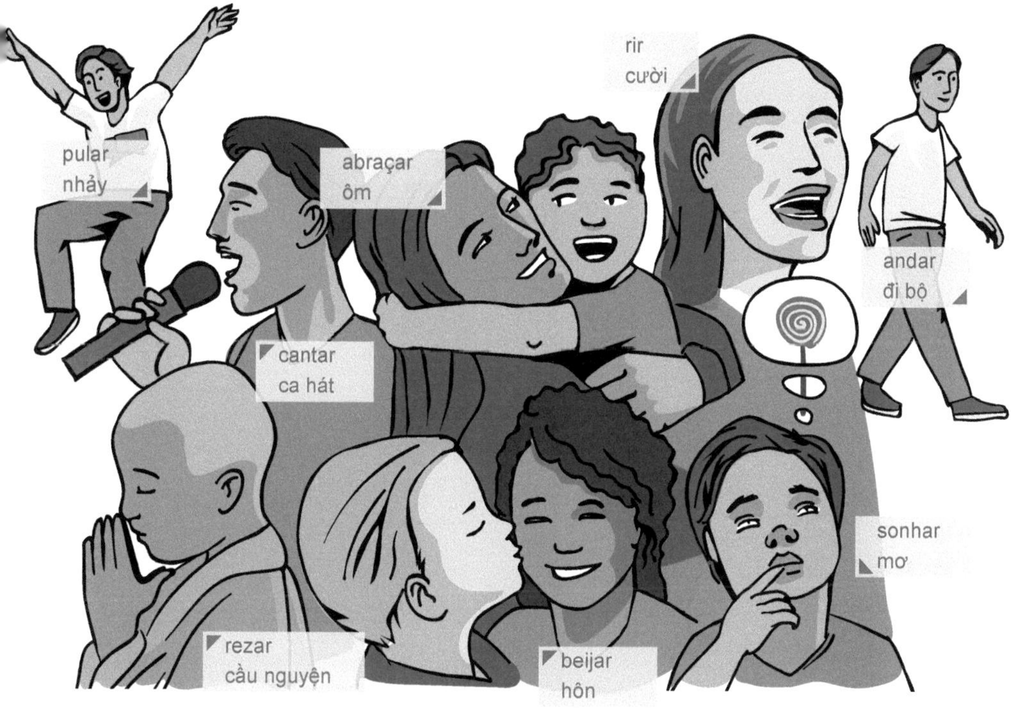

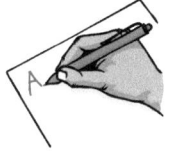

escrever

viết

desenhar

vẽ

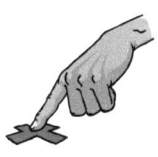

mostrar

chỉ trỏ

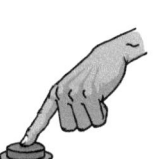

empurrar

đẩy

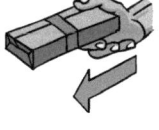

dar

cho

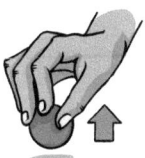

tomar

lấy đi

ter
....
có

fazer
....
làm

ser
....
thì / là

ficar de pé
....
đứng

correr
....
chạy

puxar
....
kéo

jogar
....
ném

cair
....
rơi

deitar
....
nằm

esperar
....
chờ đợi

carregar
....
mang vác

sentar
....
ngồi

vestir
....
mặc quần áo

dormir
....
ngủ

despertar
....
thức dậy

atividades - các hoạt động

olhar para
xem

chorar
khóc

acariciar
vuốt ve

pentear
chải

falar
nói chuyện

entender
hiểu

perguntar
câu hỏi

ouvir
nghe

beber
uống

comer
ăn

arrumar
dọn dẹp

amar
yêu

cozinhar
nấu nướng

dirigir
lái xe

voar
bay

velejar

đi thuyền buồm

calcular

tính toán

ler

đọc

aprender

học

trabalhar

làm việc

casar

cưới

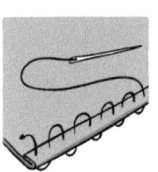

costurar

khâu vá

escovar os dentes

đánh răng

matar

giết

fumar

hút thuốc

enviar

gửi đi

avó
bà nội (ngoại)

avô
ông nội (ngoại)

pai
cha

mãe
mẹ

bebê
trẻ con

filha
con gái

filho
con trai

convidado
khách

tia
cô (dì)

tio
chú, bác (cậu)

irmão
anh (em) trai

irmã
chị (em) gái

corpo
cơ thể

testa
trán
olho
mắt
ombro
vai
dedo
ngón tay
rosto
mặt
queixo
cằm
mão
bàn tay
perna
chân
peito
ngực
braço
cánh tay

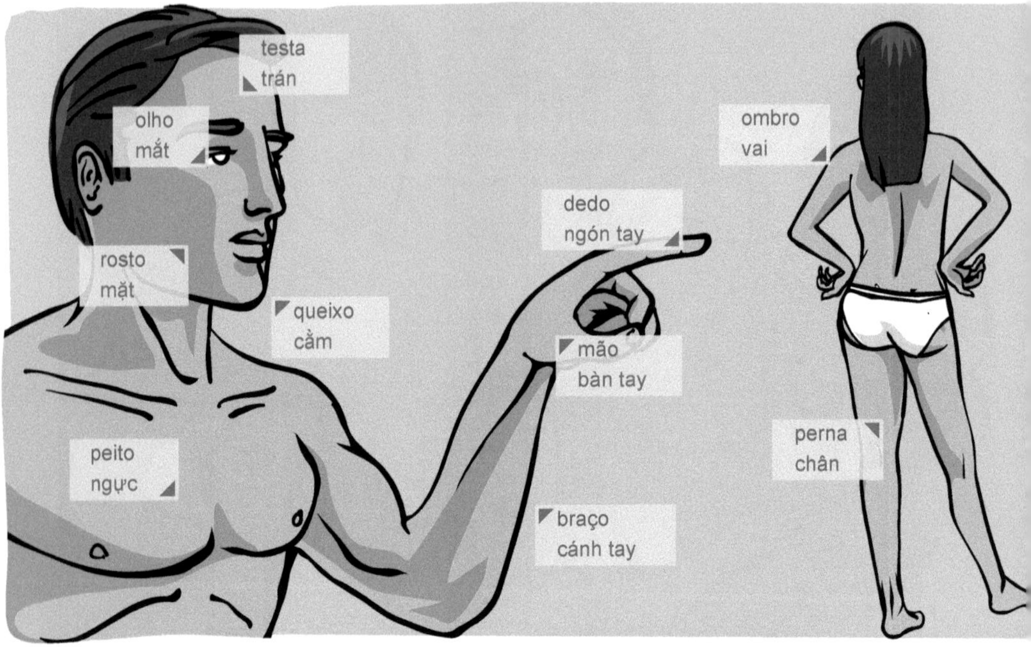

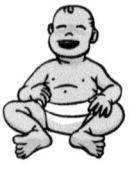

bebê

trẻ con

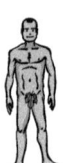

homem

đàn ông

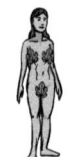

mulher

phụ nữ

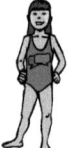

menina

bé gái

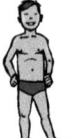

menino

bé trai

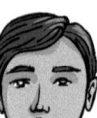

cabeça

đầu

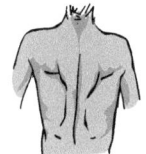

costas

lưng

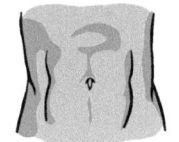

barriga

bụng

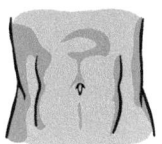

umbigo

rốn

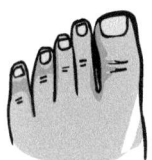

dedo do pé

ngón chân

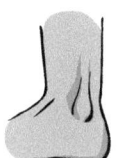

calcanhar

gót chân

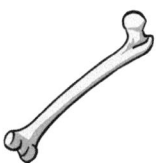

osso

xương

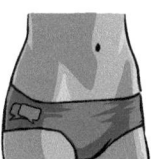

anca

hông

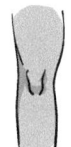

joelho

đầu gối

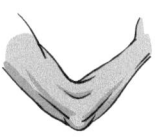

cotovelo

khuỷu tay

nariz

mũi

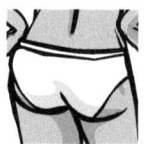

nádegas

mông

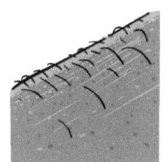

pele

da

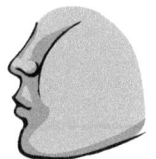

bochecha

má

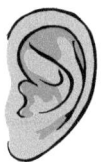

orelha

tai

lábio

môi

corpo - cơ thể

boca
miệng

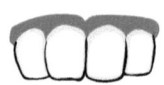

dente
răng

língua
lưỡi

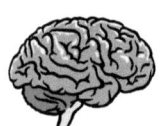

cérebro
não

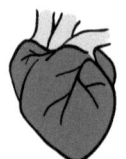

coração
tim

músculo
cơ bắp

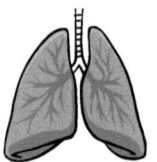

pulmão
phổi

fígado
gan

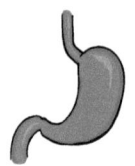

estômago
dạ dày

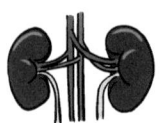

rins
thận

relações sexuais
giao hợp

preservativo
bao cao su

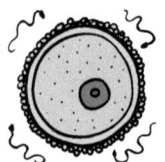

óvulo
noãn

esperma
tinh dịch

gravidez
mang thai

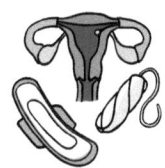

menstruação

kinh nguyệt

vagina

âm vật

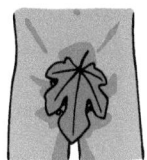

pênis

dương vật

sobrancelha

lông mày

cabelo

tóc

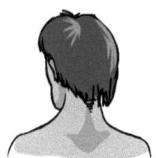

pescoço

cổ

hospital
bệnh viện

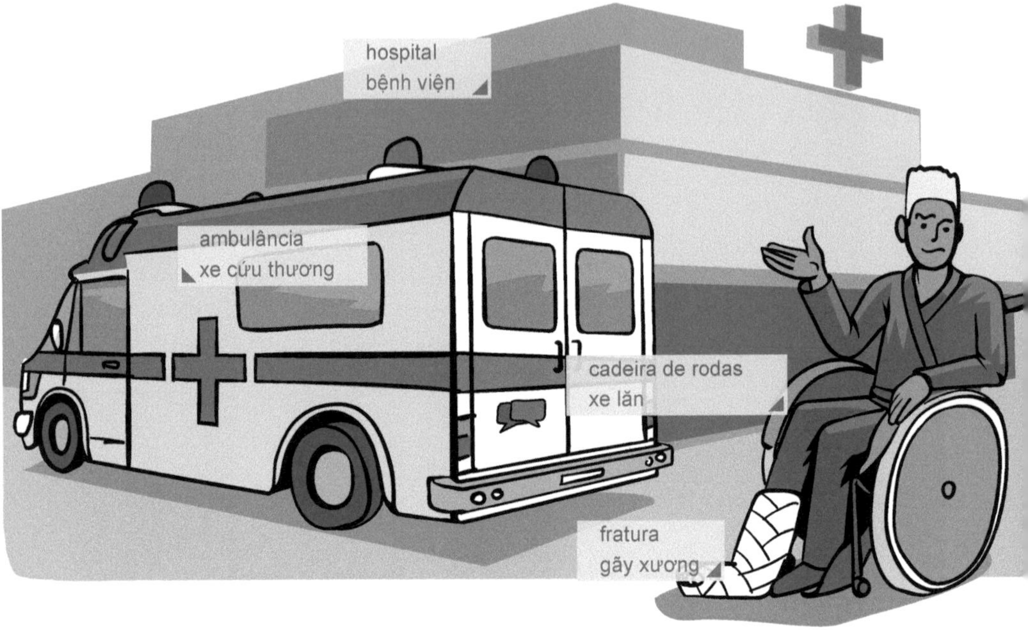

hospital
bệnh viện
ambulância
xe cứu thương
cadeira de rodas
xe lăn
fratura
gãy xương

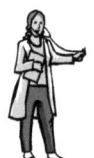

médico
bác sĩ

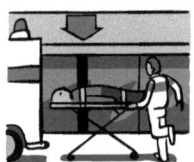

pronto-socorro
phòng cấp cứu

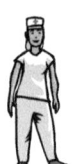

enfermeira
y tá

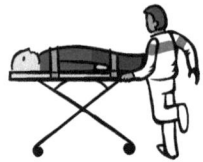

emergência
cấp cứu

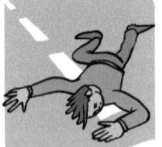

inconsciente
bất tỉnh

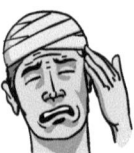

dor
cơn đau

ferimento

bị thương

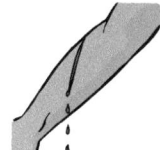

hemorragia

chảy máu

ataque cardíaco

nhồi máu cơ tim

acidente vacular cerebral

đột quỵ

alergia

dị ứng

tosse

ho

febre

sốt

gripe

cúm

diarreia

tiêu chảy

dor de cabeça

đau đầu

câncer

ung thư

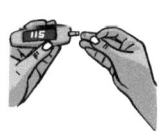

diabetes

bệnh tiểu đường

cirurgião

bác sĩ phẫu thuật

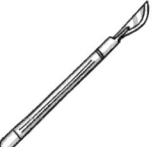

bisturi

dao mổ

operação

giải phẫu

CT

chụp cắt lớp

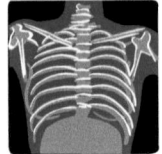

raio x

chụp x-quang

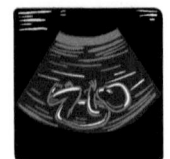

ultrassom

siêu âm

máscara

mặt nạ

doença

bệnh

sala de espera

phòng đợi

muleta

cái nạng

bandeide

băng dán vết thương

ligadura

băng bó

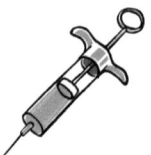

injeção

tiêm thuốc

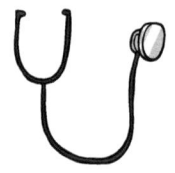

estetoscópio

ống nghe khám bệnh

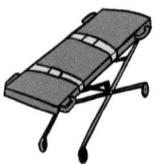

maca

băng ca

termômetro

nhiệt kế

nascimento

sinh đẻ

excesso de peso

thừa cân

aparelho auditivo

máy trợ thính

desinfetante

chất khử trùng

infecção

nhiễm trùng

vírus

vi rút

HIV / AIDS

HIV / AIDS

medicamento

thuốc

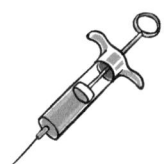

vacinação

tiêm chủng

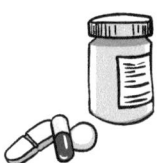

comprimidos

thuốc viên

pílula

viên thuốc

chamada de emergência

gọi cấp cứu

dispositivo de medição de
pressão arterial

máy đo huyết áp

doente / saudável

bệnh / khỏe mạnh

Socorro!

cứu!

alarme

báo động

assalto

cuộc đột kích

ataque

sự tấn công

perigo

mối nguy hiểm

saída de emergência

lối thoát hiểm

Fogo!

cháy!

extintor de incêndios

bình chữa cháy

acidente

tai nạn

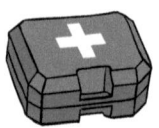

maleta de primeiros
socorros
bộ dụng cụ sơ cứu

SOS

SOS

polícia

cảnh sát

Europa

châu Âu

América do Norte

Bắc Mỹ

América do Sul

Nam Mỹ

África

châu Phi

Ásia

châu Á

Austrália

châu Úc

Atlântico

Đại Tây Dương

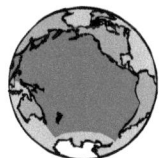

Pacífico

Thái Bình Dương

Oceano Índico

Ấn Độ Dương

Oceano Antártico

Nam Cực Dương

Oceano Ártico

Bắc Băng Dương

Polo Norte

bắc cực

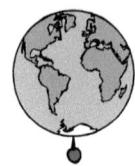

Polo Sul

nam cực

Antártica

nam cực

Terra

trái đất

terra

đất liền

mar

biển

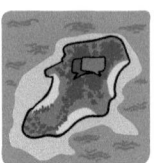

ilha

đảo

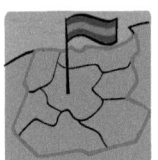

nação

quốc gia

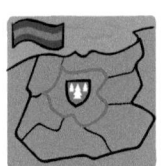

estado

nhà nước

mostrador do relógio

mặt đồng hồ

ponteiro das horas

kim chỉ giờ

ponteiro dos minutos

kim chỉ phút

ponteiro dos segundos

kim chỉ giây

Que horas são?

Bây giờ là mấy giờ?

dia

ngày

tempo

thời gian

agora

bây giờ

relógio digital

đồng hồ điện tử

minuto

phút

hora

giờ

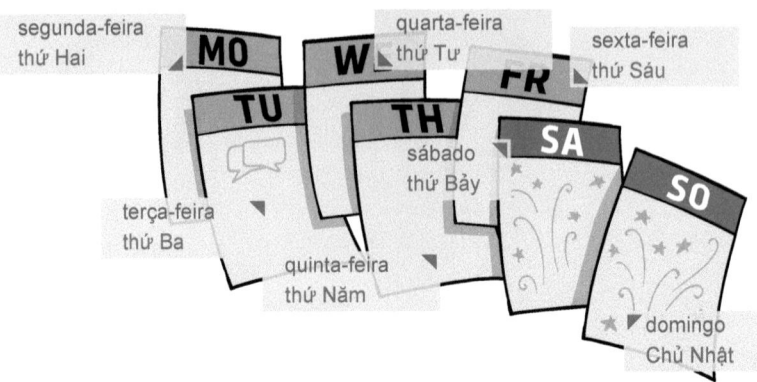

segunda-feira
thứ Hai

terça-feira
thứ Ba

quarta-feira
thứ Tư

quinta-feira
thứ Năm

sexta-feira
thứ Sáu

sábado
thứ Bảy

domingo
Chủ Nhật

ontem

hôm qua

hoje

hôm nay

amanhã

ngày mai

manhã

buổi sáng

meio-dia

buổi trưa

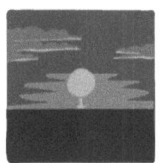

entardecer

buổi tối

MO	TU	WE	TH	FR	SA	SU
1	2	3	4	5	6	7
8	9	10	11	12	13	14
15	16	17	18	19	20	21
23	23	24	25	26	27	28
29	30	31	1	2	3	4

dias úteis

ngày làm việc

MO	TU	WE	TH	FR	SA	SU
1	2	3	4	5	6	7
8	9	10	11	12	13	14
15	16	17	18	19	20	21
22	23	24	25	26	27	28
29	30	31	1	2	3	4

fim de semana

cuối tuần

ano
năm

chuva
mưa
arco-íris
cầu vồng
neve
tuyết
vento
gió
primavera
mùa xuân
outono
mùa thu
verão
mùa hè
inverno
mùa đông

4.APRIL 11°
5.APRIL 4°
6.APRIL 13°
7.APRIL 8°
8.APRIL 10°

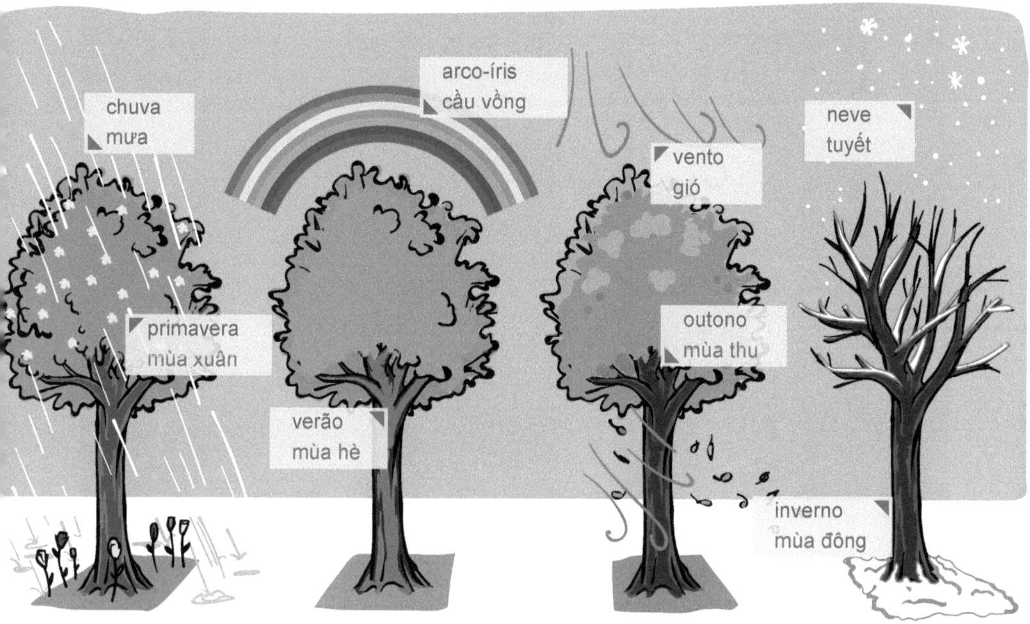

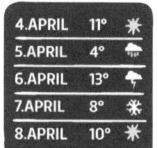

previsão do tempo

dự báo thời tiết

F C
120 40
90 30
60 20
30 10
0 0
-30 -10
-20

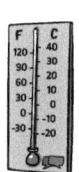

termômetro

nhiệt kế

raio de sol

ánh nắng

nuvem

mây

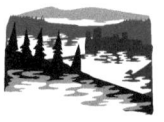

neblina / nevoeiro

sương mù

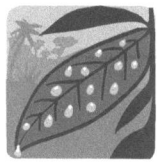

umidade do ar

độ ẩm không khí

relâmpago

tia chớp

trovão

sấm sét

tempestade

cơn bão

granizo

mưa đá

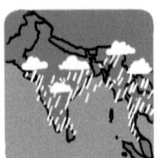

monção

gió mùa

inundação

lũ lụt

gelo

nước đá

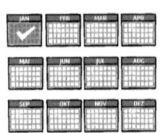

janeiro

tháng Một

fevereiro

tháng Hai

março

tháng Ba

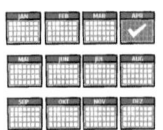

abril

tháng Tư

maio

tháng Năm

junho

tháng Sáu

julho

tháng Bảy

agosto

tháng Tám

ano - năm

setembro

tháng Chín

outubro

tháng Mười

novembro

tháng Mười Một

dezembro

tháng Mười Hai

formas
hình dạng

hình dạng

circulo

hình tròn

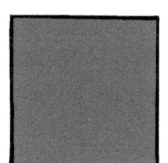

quadrado

hình vuông

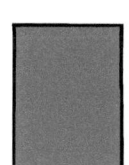

retângulo

hình chữ nhật

triângulo

hình tam giác

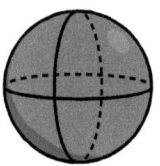

esfera

hình cầu

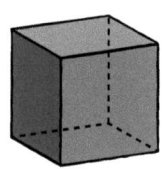

cubo

khối vuông

branco
....
màu trắng

amarelo
....
màu vàng

laranja
....
màu cam

rosa
....
màu hồng

vermelho
....
màu đỏ

lilás
....
màu tím

azul
....
màu xanh dương

verde
....
màu xanh lá cây

marrom
....
màu nâu

cinza
....
màu xám

preto
....
màu đen

muito / pouco

nhiều / ít

furioso / tranquilo

tức tối / điềm tĩnh

lindo / feio

xinh đẹp / xấu xí

começo / fim

bắt đầu / kết thúc

grande / pequeno

to / nhỏ

claro / escuro

sáng / tối

Irmão / irmã

anh (em) trai / chị (em) gái

limpo / sujo

sạch / bẩn

completo / incompleto

đủ / thiếu

dia / noite

ngày / đêm

morto / vivo

chết / sống

largo / estreito

rộng / chật hẹp

comestível / não comestível

ăn được / không ăn được

mau / gentil

ác / tử tế

entusiasmado / entediado

hào hứng / chán nản

gordo / magro

béo / gầy

primeiro / último

đầu tiên / cuối cùng

amigo / inimigo

bạn / thù

cheio / vazio

đầy / rỗng

duro / macio

cứng / mềm

pesado / leve

nặng / nhẹ

fome / sede

đói / khát

doente / saudável

bệnh / khỏe mạnh

ilegal / legal

bất hợp pháp / hợp pháp

inteligente / idiota

thông minh / ngu

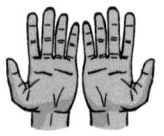

esquerda / direita

trái / phải

perto / longe

gần / xa

novo / usado

mới / cũ

nada / alguma coisa

không có gì cả / có cái gì đó

velho / jovem

già / trẻ

ligado / desligado

bật / tắc

aberto / fechado

mở / đóng

baixo / alto

im lặng / ồn ào

rico / pobre

giàu / nghèo

certo / errado

đúng / sai

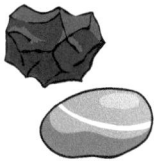

áspero / liso

sần sùi / mịn màng

triste / feliz

buồn / vui

curto / longo

ngắn / dài

lento / rápido

chậm / nhanh

molhado / seco

ẩm ướt / khô ráo

ameno / fresco

ấm áp / mát mẻ

guerra / paz

chiến tranh / hòa bình

0

zero

số không

1

um

một

2

dois

hai

3

três

ba

4

quatro

bốn

5

cinco

năm

6

seis

sáu

7

sete

bảy

8

oito

tám

9

nove

chín

10

dez

mười

11

onze

mười một

12

doze

mười hai

13

treze

mười ba

14

quatorze

mười bốn

15

quinze

mười lăm

16

dezesseis

mười sáu

17

dezessete

mười bảy

18

dezoito

mười tám

19

dezenove

mười chín

20

vinte

hai mươi

100

cem

một trăm

1.000

mil

một ngàn

1.000.000

milhão

một triệu

inglês
tiếng Anh

inglês americano
tiếng Anh Mỹ

chinês mandarim
tiếng Quan Thoại

hindi
tiếng Hin-di

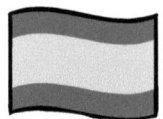

espanhol
tiếng Tây Ban Nha

francês
tiếng Pháp

árabe
tiếng Ả-rập

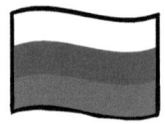

russo
tiếng Nga

português
tiếng Bồ Đào Nha

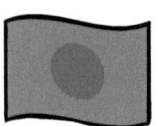

bengalês
tiếng Bengal

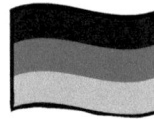

alemão
tiếng Đức

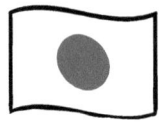

japonês
tiếng Nhật

eu

tôi

você

bạn

ele / ela

anh ta / cô ta / nó

nós

chúng tôi

vocês

các bạn

eles / elas

họ

quem?

ai?

O quê?

cái gì?

como?

như thế nào?

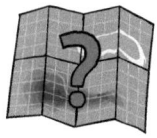

onde?

ở đâu?

Quando?

lúc nào?

nome

tên

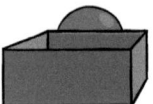

atrás

phía sau

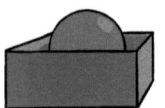

em

ở trong

na frente de

phía trước

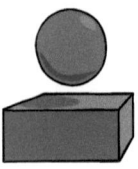

sobre

phía trên

em cima

ở trên

debaixo

ở dưới

do lado

bên cạnh

entre

ở giữa

lugar

chỗ